Impressum
Verlag: BABADADA GmbH, Nedderfeld 112 , 22529 Hamburg
Geschäftsführer / Verlagsleitung: Harald Hof
Druck: Books on Demand GmbH, In de Tarpen 42, 22848 Norderstedt

Imprint
Publisher: BABADADA GmbH, Nedderfeld 112 , 22529 Hamburg, Germany
Managing Director / Publishing direction: Harald Hof
Print: Books on Demand GmbH, In de Tarpen 42, 22848 Norderstedt

okul
trường học

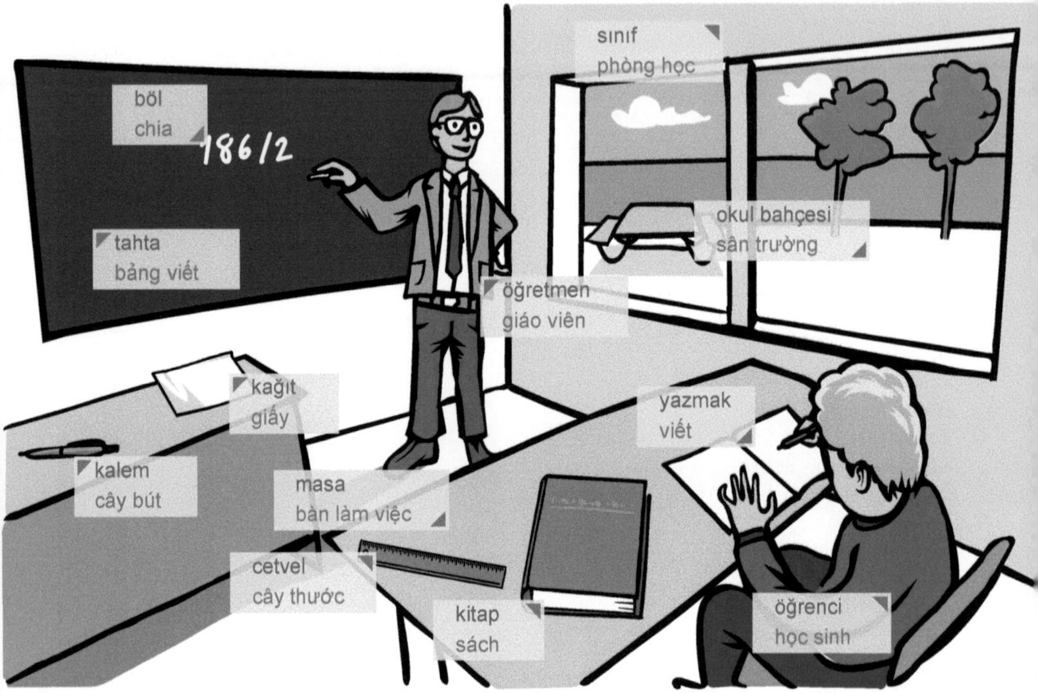
sınıf
phòng học
böl
chia
186/2
tahta
bảng viết
okul bahçesi
sân trường
öğretmen
giáo viên
kağıt
giấy
yazmak
viết
kalem
cây bút
masa
bàn làm việc
cetvel
cây thước
kitap
sách
öğrenci
học sinh

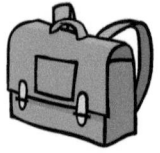

okul çantası

cặp đeo vai học sinh

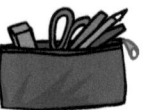

kalemlik

hộp đựng bút

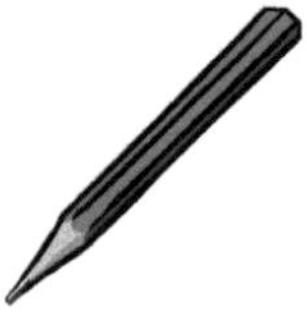

kurşun kalem

bút chì

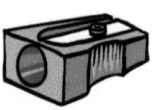

kalem açacağı

cái gọt bút chì

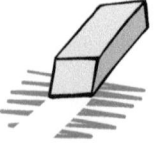

silgi

cục tẩy

çizim defteri

tập giấy vẽ

çizim
bản vẽ

resim fırçası
cọ vẽ

boya kutusu
hộp mực vẽ

makas
cây kéo

tutkal
keo dán

alıştırma kitabı
sách bài tập

ödev
bài tập ở nhà

sayı
số

ekle
cộng

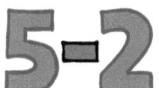

çıkar
trừ

çarp
nhân

hesapla
tính toán

harf
chữ cái

alfabe
bảng chữ cái

kelime
từ

metin

văn bản

okumak

đọc

tebeşir

phấn viết

ders

bài học

kayıt

sổ lớp

sınav

thi kiểm tra

sertifika

chứng chỉ

okul forması

đồng phục học sinh

eğitim

giáo dục

ansiklopedi

từ điển bách khoa

üniversite

đại học

mikroskop

kính hiển vi

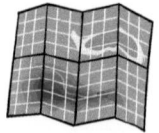

harita

bản đồ

kağıt çöp kutusu

thùng rác giấy

seyahat
du lịch

Grand
otel
khách sạn
pansiyon
nhà trọ
ROOMS
döviz bürosu
quầy đổi tiền
bavul
va li
otomobil
xe ô tô

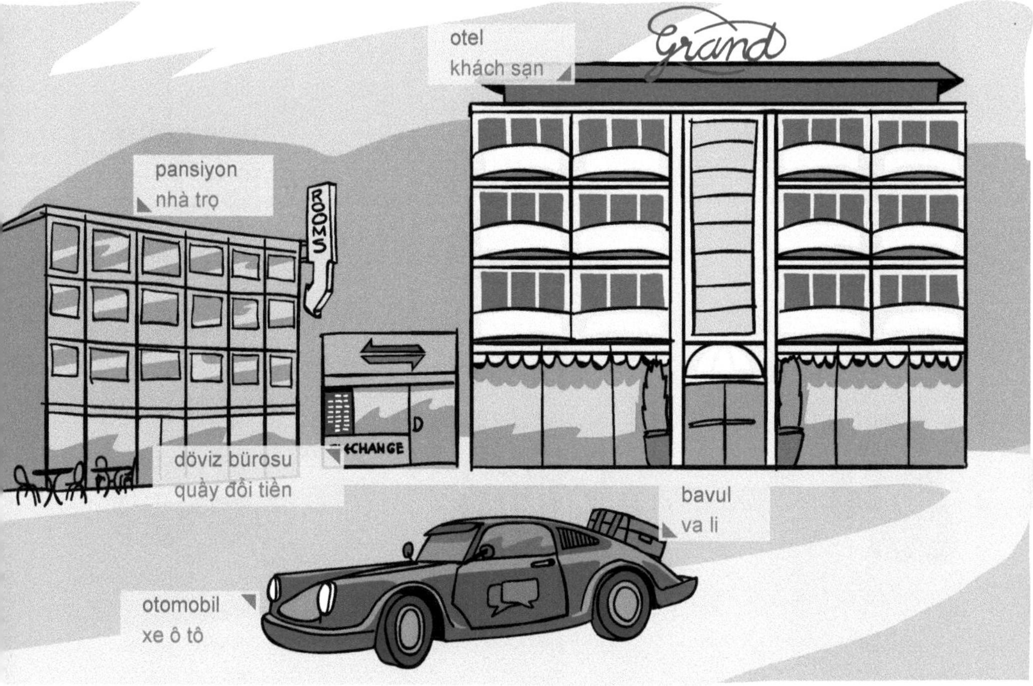

dil

ngôn ngữ

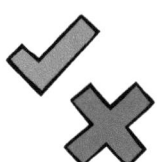

evet / hayır

có / không

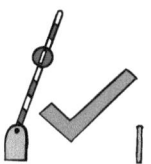

Tamam

ô kê

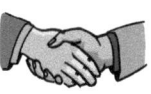

merhaba

Xin chào

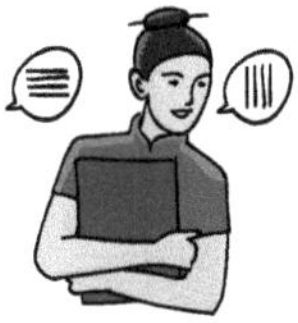

çevirmen

thông dịch viên

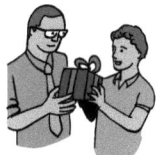

Teşekkür ederim

cám ơn

bu ... ne kadar?

... bao nhiêu tiền?

anlamadım

tôi không hiểu

problem

vấn đề

İyi akşamlar!

Xin chào! (buổi tối)

Günaydın!

xin chào! (buổi sáng)

İyi geceler!

chúc ngủ ngon!

güle güle

tạm biệt

yön

hướng đi

bagaj

hành lý

çanta

túi xách

sırt çantası

túi ba lô

misafir

khách

oda

phòng

uyku tulumu

túi ngủ

çadır

lều

turist danışma
....
thông tin du lịch

sahil
....
bãi biển

kredi kartı
....
thẻ tín dụng

kahvaltı
....
ăn sáng

öğle yemeği
....
ăn trưa

akşam yemeği
....
ăn tối

Bilet
....
vé xe

asansör
....
thang máy

pul
....
tem bưu điện

sınır
....
biên giới

gümrük
....
hải quan

elçilik
....
đại sứ quán

vize
....
thị thực

pasaport
....
hộ chiếu

ulaşım
vận chuyển

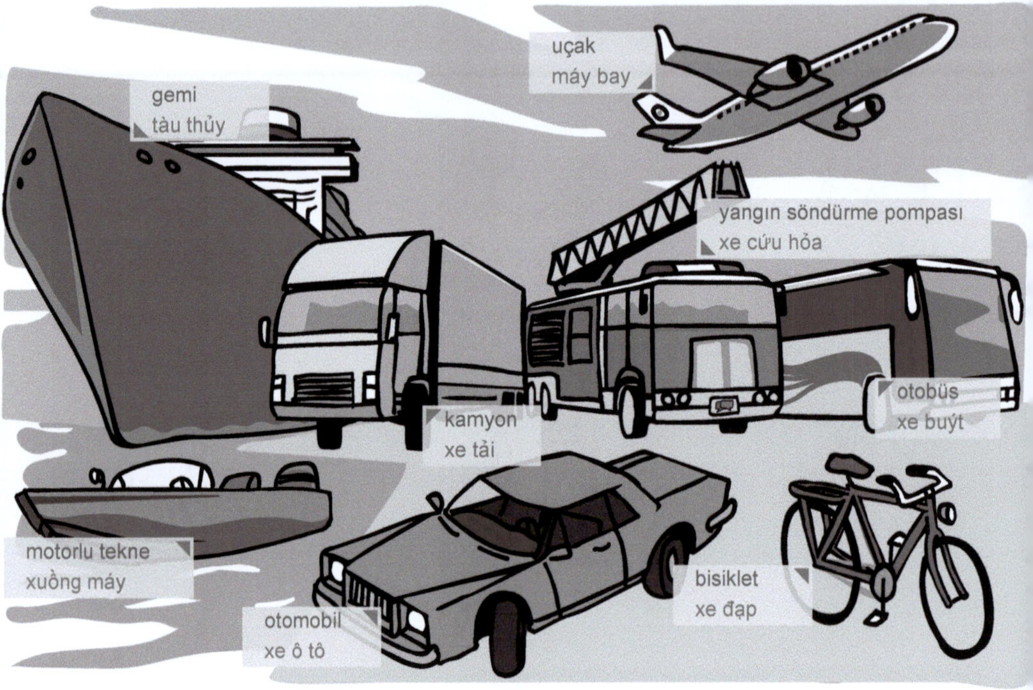

uçak
máy bay
gemi
tàu thủy
yangın söndürme pompası
xe cứu hỏa
otobüs
xe buýt
kamyon
xe tải
motorlu tekne
xuồng máy
bisiklet
xe đạp
otomobil
xe ô tô

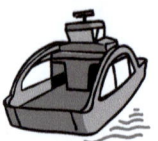

feribot

phà

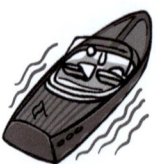

bot

xuồng

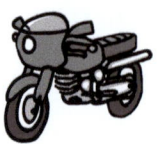

motosiklet

xe máy

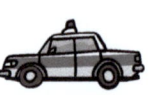

polis arabası

xe cảnh sát

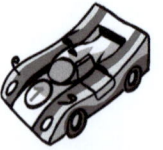

yarış arabası

xe đua

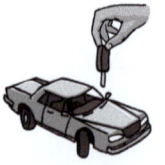

kiralık araba

xe cho thuê

ortak araba

dịch vụ thuê xe tự lái

çekici

xe kéo cứu hộ

çöp kamyonu

xe rác

motor

động cơ

yakıt

xăng

benzinlik

trạm xăng

trafik işareti

biển báo giao thông

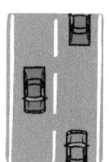

trafik

giao thông

trafik sıkışıklığı

ách tắc giao thông

otopark

bãi đậu xe

tren istasyonu

nhà ga

ray

đường ray

tren

xe lửa

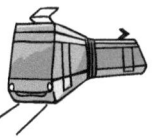

tramvay

tàu điện

vagon

toa xe

helikopter

máy bay trực thăng

havaalanı

sân bay

kule

tháp

yolcu

hành khách

konteyner

côngtenơ

koli

thùng các-tông

yük arabası

xe đẩy

sepet

cái giỏ

kalkış / iniş

cất cánh / hạ cánh

şehir
thành phố

köy

làng

şehir merkezi

trung tâm thành phố

ev

nhà

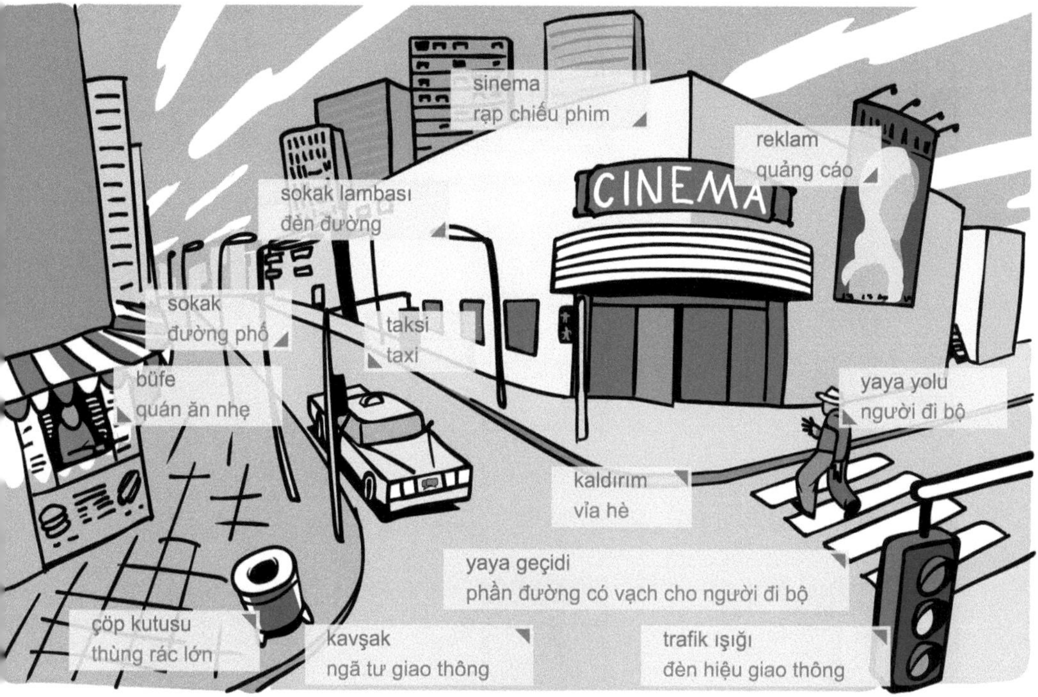

sinema
rạp chiếu phim

reklam
quảng cáo

sokak lambası
đèn đường

sokak
đường phố

taksi
taxi

büfe
quán ăn nhẹ

yaya yolu
người đi bộ

kaldırım
vỉa hè

yaya geçidi
phần đường có vạch cho người đi bộ

çöp kutusu
thùng rác lớn

kavşak
ngã tư giao thông

trafik ışığı
đèn hiệu giao thông

kulübe
nhà chòi

apartman dairesi
căn hộ

tren istasyonu
nhà ga

belediye binası
tòa thị chính

müze
viện bảo tàng

okul
trường học

şehir - thành phố

üniversite

đại học

banka

ngân hàng

hastane

bệnh viện

otel

khách sạn

eczane

hiệu thuốc

ofis

văn phòng

kitapçı

hiệu sách

mağaza

cửa hiệu

çiçekçi

cửa hiệu bán hoa

süpermarket

siêu thị

market

chợ

büyük mağaza

cửa hàng bách hóa

balık satıcısı

người bán cá

alışveriş merkezi

trung tâm mua bán

liman

bến cảng

park

công viên

bank

ghế băng

köprü

cầu

merdiven

cầu thang

metro

tàu điện ngầm

tünel

đường hầm

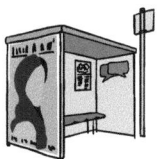

otobüs durağı

trạm xe buýt

bar

quán bar

restoran

khách sạn

posta kutusu

hòm thư công cộng

sokak tabelası

bảng hiệu đường

otopark sayacı

đồng hồ đậu xe

hayvanat bahçesi

vườn bách thú

yüzme havuzu

bể bơi

cami

nhà thờ Hồi giáo

çiftlik
....
nông trại

kirlilik
....
ô nhiễm môi trường

mezarlık
....
nghĩa trang

kilise
....
nhà thờ

oyun alanı
....
sân chơi

tapınak
....
ngôi đền

arazi

phong cảnh

yaprak
lá cây

yön tabelası
bảng chỉ đường

yol
lối đi

çayır
bãi cỏ

taş
hòn đá

yürüyüşçü
người đi bộ đường dài

ağaç
cây

ırmak
sông

çimen
cỏ

çiçek
bông hoa

vadi

thung lũng

tepe

đồi

göl

hồ nước

orman

rừng

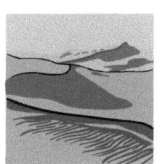

çöl

sa mạc

volkan

núi lửa

kale

lâu đài

gökkuşağı

cầu vồng

mantar

nấm

palmiye

cây cọ

sivrisinek

con muỗi

sinek

con ruồi

karınca

con kiến

arı

con ong

örümcek

con nhện

böcek

bọ cánh cứng

kurbağa

con ếch

sincap

con sóc

kirpi

con nhím

yabani tavşan

con thỏ

baykuş

con cú

kuş

con chim

kuğu

thiên nga

yaban domuzu

heo rừng

geyik

, con hươu

geyik

nai sừng tấm

baraj

đê

rüzgar türbini

tuabin gió

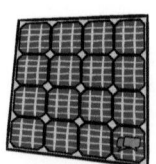

güneş paneli

tấm năng lượng mặt trời

iklim

khí hậu

restoran
khách sạn

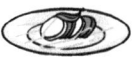

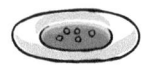

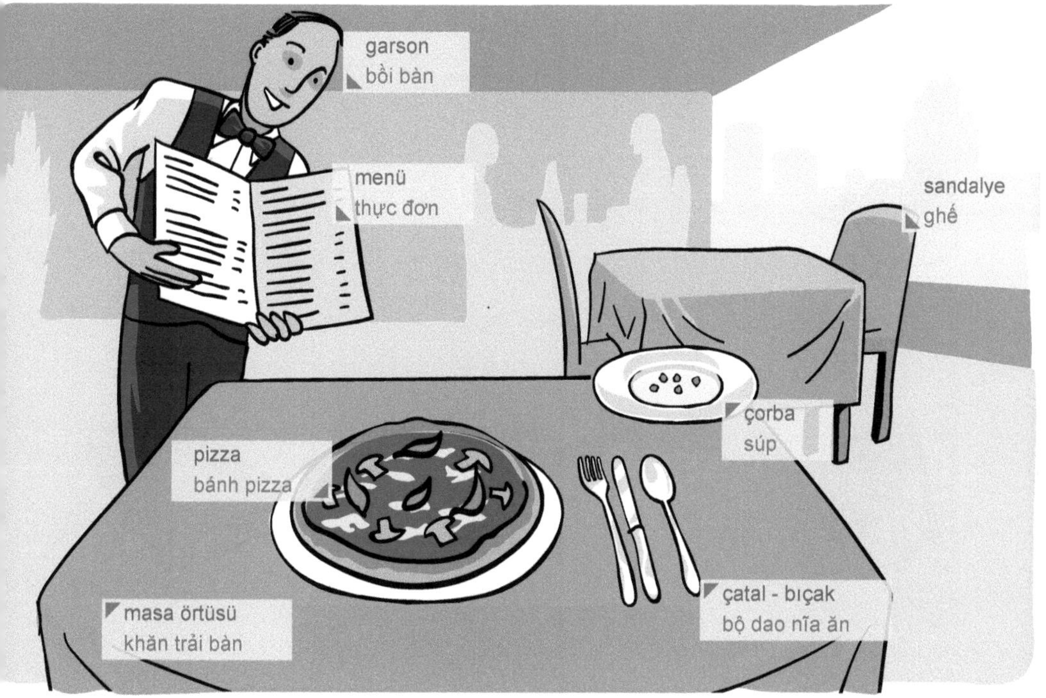
garson
bồi bàn
menü
thực đơn
sandalye
ghế
çorba
súp
pizza
bánh pizza
masa örtüsü
khăn trải bàn
çatal - bıçak
bộ dao nĩa ăn

başlangıç

món ăn khai vị

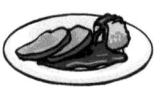

ana yemek

món ăn chính

tatlı

món tráng miệng

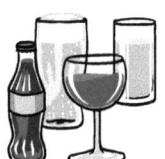

içecekler

thức uống

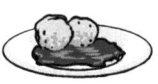

yemek

thức ăn

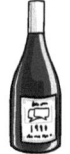

şişe

cái chai

fastfood

thức ăn nhanh

sokak yemeği

thức ăn đường phố

çaydanlık

ấm trà

şekerlik

hộp đường

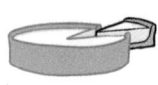

porsiyon

khẩu phần

espresso makinesi

máy pha espresso

mama sandalyesi

ghế cao

fatura

hóa đơn

tepsi

khay

bıçak

dao

çatal

nĩa

kaşık

thìa

çay kaşığı

thìa uống trà

servis peçetesi

khăn ăn

bardak

cốc thủy tinh

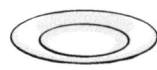

tabak

đĩa

çorba kasesi

đĩa súp

fincan altlığı

đĩa lót cốc

sos

nước sốt

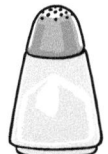

tuzluk

lọ muối

karabiber değirmeni

cái xay tiêu

sirke

giấm

yağ

dầu

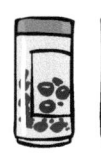

baharat

gia vị

ketçap

nước xốt cà chua

hardal

tương hạt cải

mayonez

nước sốt mayonnaise

süpermarket

siêu thị

özel teklif
chào giá đặc biệt
FOR
müşteri
khách hàng
süt ürünleri
sản phẩm từ sữa
meyve
trái cây
alışveriş arabası
xe đẩy mua sắm

BUTCHERS

kasap

lò mổ

BAKERY

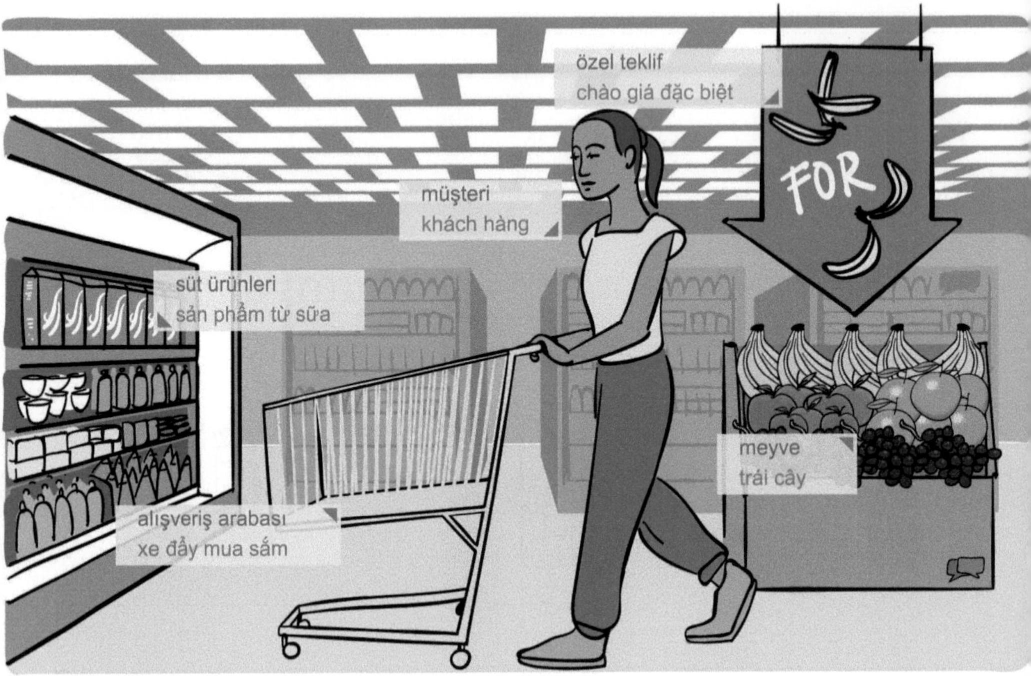

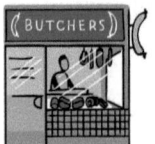

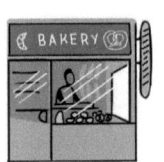

fırın

cửa hiệu bán bánh mì

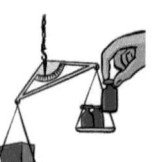

tartmak

cân nặng

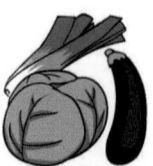

sebze

rau quả

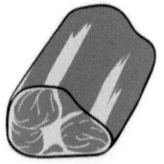

et

thịt

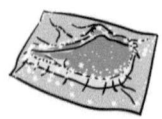

donmuş gıda

thức ăn đông lạnh

söğüş et

lát thịt nguội

konserve yiyecek

đồ hộp

toz deterjan

bột giặt

şekerlemeler

đồ ngọt

ev temizlik ürünleri

sản phẩm dùng trong gia đình

temizlik ürünleri

chất tẩy rửa

satış görevlisi

người bán hàng

yazar kasa

quầy trả tiền

kasiyer

nhân viên thu ngân

alışveriş listesi

danh sách mua sắm

açılış saatleri

giờ mở cửa

cüzdan

ví tiền

kredi kartı

thẻ tín dụng

çanta

túi đeo

plastik poşet

túi ny lông

su

nước

meyve suyu

nước quả ép

süt

sữa

kola

coca-cola

şarap

rượu vang

bira

bia

alkol

cồn

kakao

cacao

çay

trà

kahve

cà phê

espresso

espresso

kapuçino

cappuccino

muz

chuối

elma

quả táo

portakal

quả cam

kavun

dưa hấu

limon

chanh

havuç

cà rốt

sarımsak

tỏi

bambu

tre

soğan

củ hành

mantar

nấm

çerez

hạt dẻ

makarna

mì

spagetti

mì spaghetti

pirinç

cơm

salata

xà lách

cips

khoai tây chiên

patates kızartması

khoai tây chiên

pizza

bánh pizza

hamburger

bánh hamburger

sandviç

bánh mì sandwich

şinitzel

thịt côtlet

pastırma

thịt giăm bông

salam

xúc xích

sosis

dồi

tavuk

gà

rosto

rán

balık

cá

yulaf ezmesi

cháo yến mạch

müsli

cháo muesli

mısır gevreği

bánh bột ngô nướng

un

bột mì

kruvasan

bánh sừng bò

küçük ekmek

bánh mì

ekmek

bánh mì

tost

bánh mì nướng

bisküvi

bánh bích quy

tereyağı

bơ

kaymak

sữa đông

kek

bánh ngọt

yumurta

trứng

sahanda yumurta

trứng rán

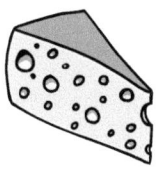

peynir

pho mát

dondurma
kem

şeker
đường

bal
mật ong

reçel
mứt

fındık ezmesi
kem nougat

köri
cà ri

çiftlik
nông trại

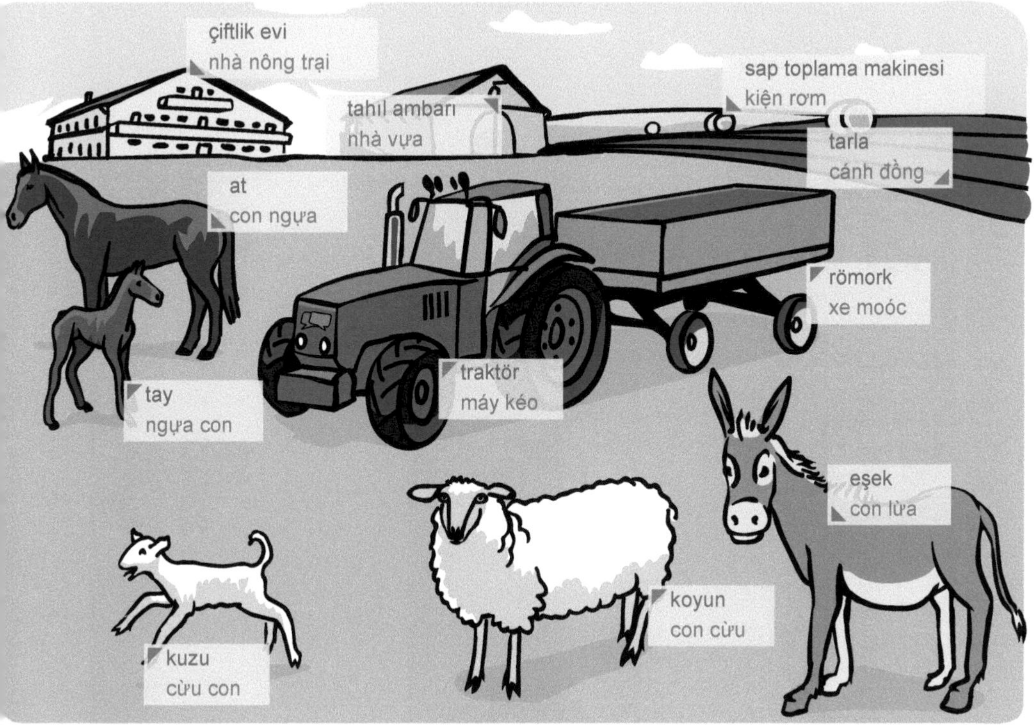
çiftlik evi
nhà nông trại
sap toplama makinesi
kiện rơm
tahıl ambarı
nhà vựa
tarla
cánh đồng
at
con ngựa
römork
xe moóc
traktör
máy kéo
tay
ngựa con
eşek
con lừa
koyun
con cừu
kuzu
cừu con

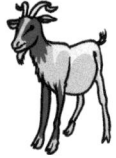

keçi
con dê

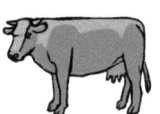

inek
con bò

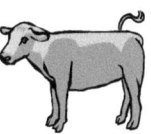

buzağı
con bê

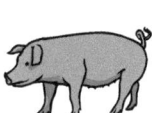

domuz
con lợn

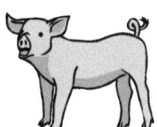

domuz yavrusu
lợn con

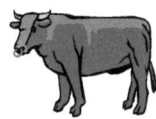

boğa
bò đực

kaz

con ngỗng

ördek

con vịt

civciv

gà con

tavuk

gà mái

horoz

gà trống

sıçan

con chuột

kedi

mèo

fare

chuột nhắt

öküz

bò đực

köpek

con chó

köpek kulübesi

nhà chuồng chó

bahçe hortumu

ống tưới vườn cây

sulama kabı

thùng tưới cây

tırpan

lưỡi hái

pulluk

cái cày

orak

cái liềm

çapa

cái cuốc

dirgen

cái chĩa

balta

cái rìu

el arabası

xe cút kít

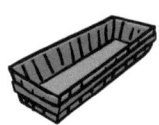

yemlik

máng ăn

süt kovası

lọ sữa

çuval

bao tải

çit

hàng rào

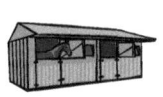

ahır

chuồng

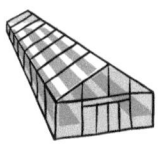

sera

nhà kính trồng cây

toprak

đất trồng

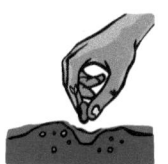

tohum

hạt giống

gübre

phân bón

biçerdöver

máy gặt đập liên hợp

hasat etmek

thu hoạch

harman

mùa thu hoạch

tatlı patates

khoai lang

buğday

lúa mì

soya

đậu nành

patates

khoai tây

mısır

ngô

kolza

hạt cải dầu

meyve ağacı

cây ăn trái

manyok

sắn

hububat

ngũ cốc

baca
ống khói

çatı
mái nhà

yağmur oluğu
ống máng nước mưa

pencere
cửa sổ

garaj
ga ra

kapı zili
chuông cửa

kapı
cửa

çöp kutusu
thùng rác

posta kutusu
hòm thư

bahçe
vườn

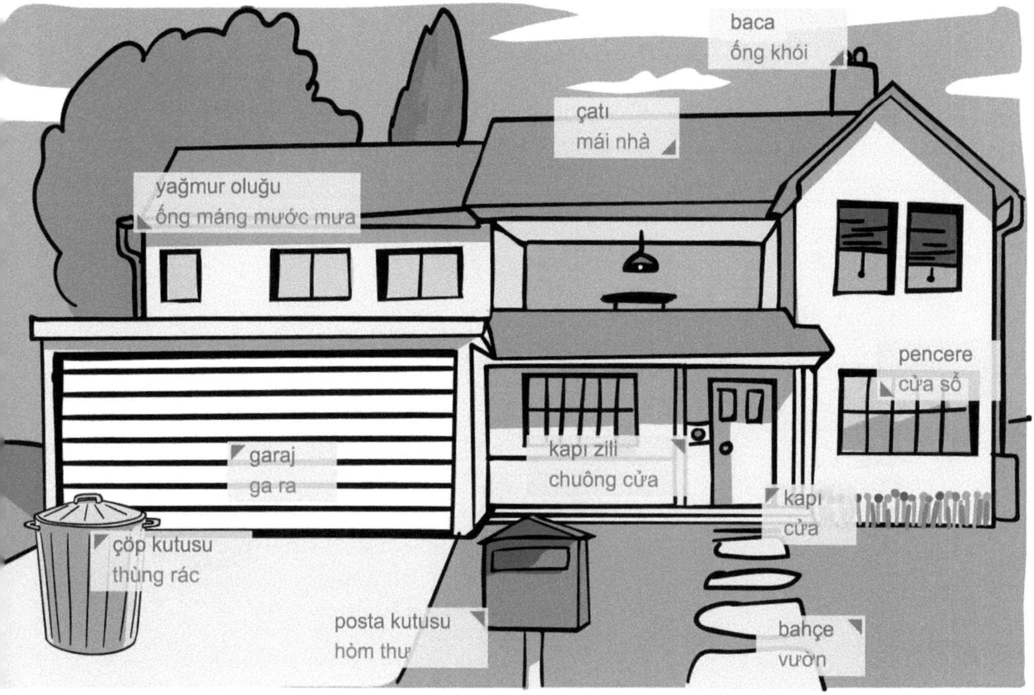

oturma odası
phòng khách

banyo
phòng tắm

mutfak
bếp

yatak odası
phòng ngủ

çocuk odası
phòng trẻ em

yemek odası
phòng ăn

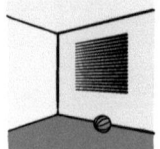

zemin

nền nhà

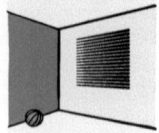

duvar

tường

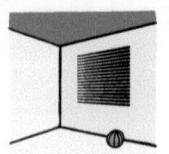

tavan

trần nhà

kiler

tầng hầm

sauna

tắm hơi

balkon

ban công

teras

sân hiên

havuz

bể bơi

çim biçme makinesi

máy cắt cỏ

çarşaf

khăn trải giường

yatak örtüsü

khăn trải giường

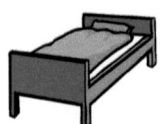

yatak

giường

süpürge

chổi

kova

cái xô

anahtar

công tắc điện

oturma odası
phòng khách

duvar kağıdı
giấy dán tường
resim
hình ảnh
lamba
đèn
raf
cái kệ
dolap
tủ
televizyon
ti vi
şömine
lò sưởi
çiçek
bông hoa
minder
gối
kanepe
ghế sofa
vazo
bình hoa
uzaktan kumanda
điều khiển từ xa

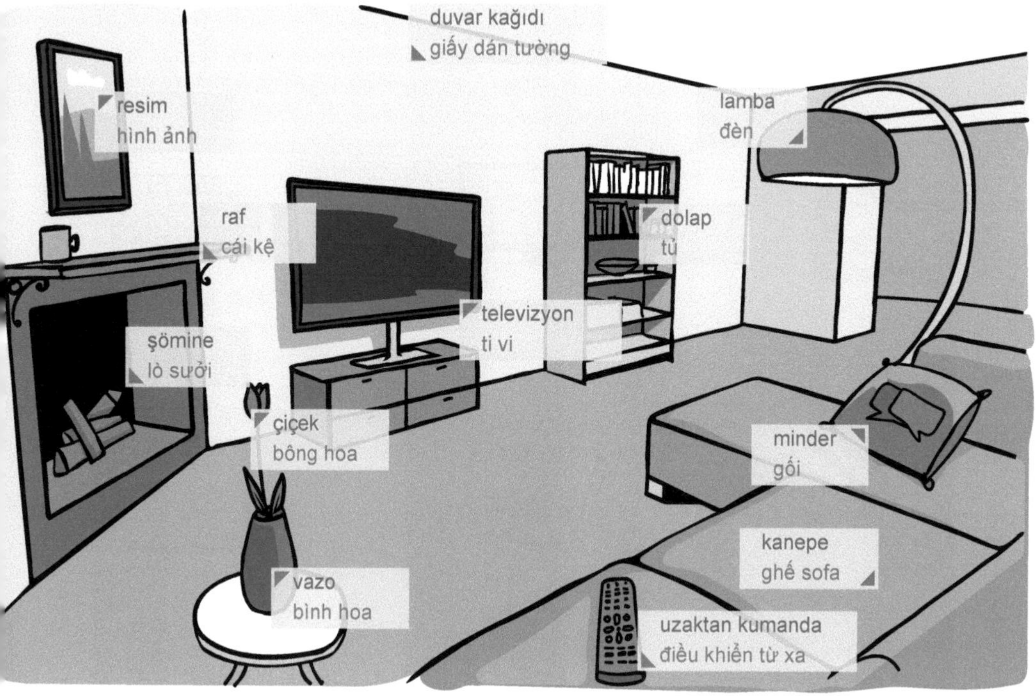

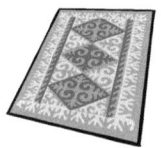

halı

thảm

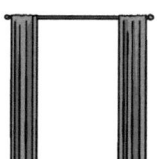

perde

rèm

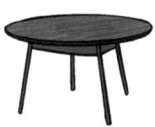

masa

cái bàn

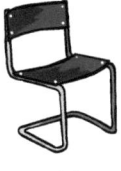

sandalye

ghế

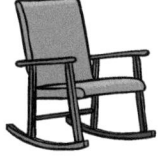

salıncaklı koltuk

ghế bập bênh

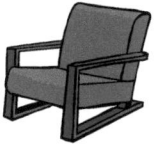

koltuk

ghế bành

kitap

sách

battaniye

cái chăn

dekor

đồ trang trí

odun

củi

film

phim

hi-fi

máy hi-fi

anahtar

chìa khóa

gazete

báo

tablo

bức tranh

poster

áp phích

radyo

radio

defter

sổ ghi chép

elektrikli süpürge

máy hút bụi

kaktüs

cây xương rồng

mum

cây nến

mutfak

bếp

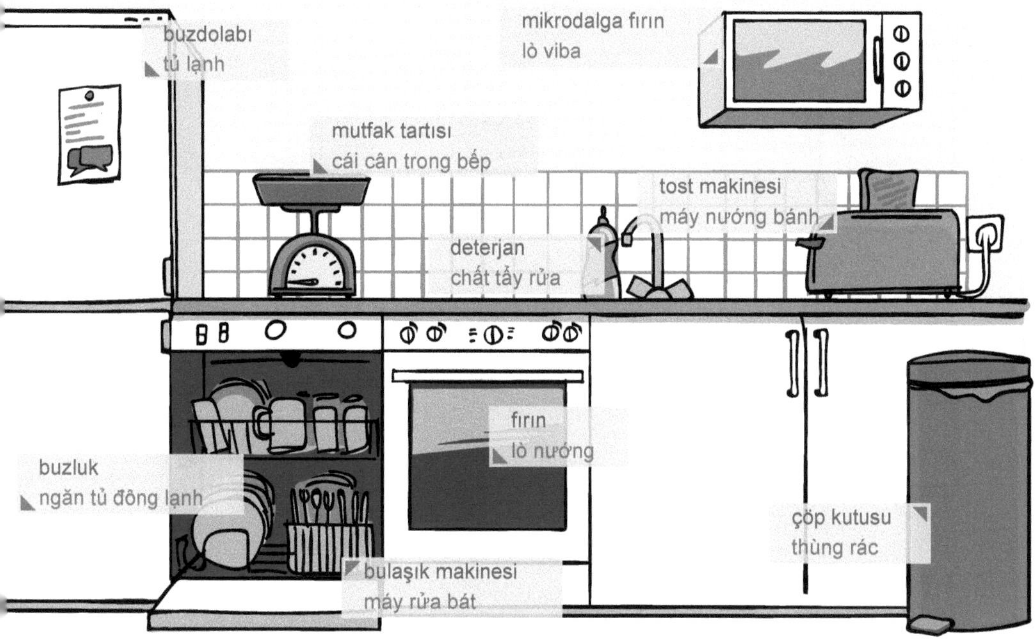
buzdolabı
tủ lạnh
mikrodalga fırın
lò viba
mutfak tartısı
cái cân trong bếp
tost makinesi
máy nướng bánh
deterjan
chất tẩy rửa
fırın
lò nướng
buzluk
ngăn tủ đông lạnh
çöp kutusu
thùng rác
bulaşık makinesi
máy rửa bát

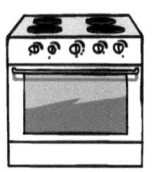

ocak

lò nấu

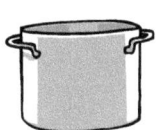

tencere

nồi

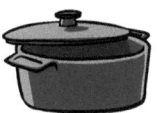

döküm tencere

nồi sắt

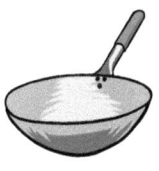

wok

chảo

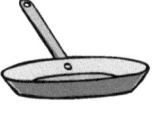

tava

chảo

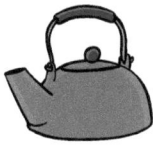

su ısıtıcı

ấm đun nước

buharlı pişirici

nồi đun hơi

pişirme tepsisi

khay lò nướng

tabak takımı

bát đĩa

kupa

cốc

kase

cái bát

çubuk (çin yemeği)

đũa

kepçe

cái vá

spatula

bàn xẻng

çırpma teli

que đánh kem

süzgeç

rây dùng trong bếp

elek

cái rây lọc

rende

cái nạo

havan

vữa

barbekü

vỉ nướng

açık ateş

ngọn lửa trần

kesme tahtası

cái thớt

merdane

trục cán bột

tirbüşon

cái mở nút chai

konserve kutusu

vỏ đồ hộp

konserve açacağı

cái mở vỏ đồ hộp

fırın eldiveni

miếng nhắc nồi

evye

bồn rửa bát

fırça

bàn chải

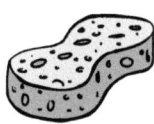

sünger

miếng xốp

blender

máy xay

derin dondurucu

tủ đông lạnh

biberon

bình sữa cho trẻ sơ sinh

musluk

vòi nước

banyo
phòng tắm

ısıtma
lò sưởi
havlu
khăn lau
duş
vòi hoa sen
duş perdesi
rèm che ngăn tắm
köpük banyosu
tắm bọt
küvet
bồn tắm
bardak
cốc thủy tinh
çamaşır makinesi
máy giặt
musluk
vòi nước
fayans
gạch lát
lazımlık
cái bô
evye
bồn rửa bát

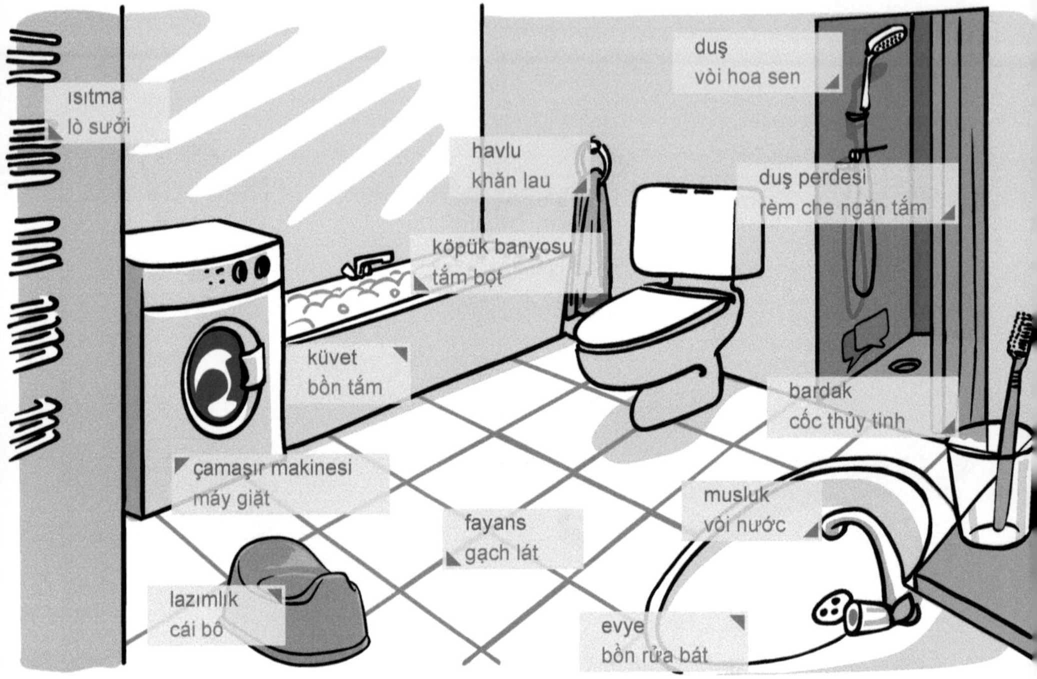

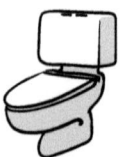

tuvalet

bồn cầu

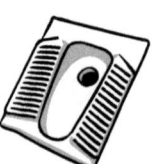

alaturka tuvalet

bồn cầu ngồi xổm

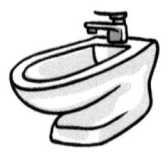

bide

bồn rửa hậu môn

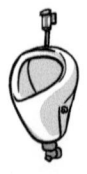

pisuvar

bồn tiểu tiện

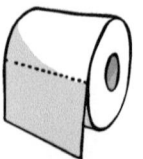

tuvalet kağıdı

giấy vệ sinh

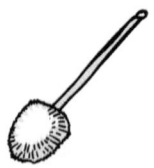

tuvalet fırçası

bàn chải cọ bồn cầu

diş fırçası

bàn chải đánh răng

diş macunu

kem đánh răng

diş ipi

chỉ nha khoa

yıkamak

rửa

duş başlığı

vòi sen cầm tay

duş başlığı şeklinde taharet musluğu

vòi rửa hậu môn

küvet

bồn rửa

banyo fırçası

bàn chải cọ lưng

sabun

xà phòng

duş jeli

sữa tắm

şampuan

dầu gội

banyo lifi

khăn cọ để tắm

gider

lỗ thoát nước

krem

kem

deodorant

chất khử mùi

ayna

gương

el aynası

gương tay

jilet

dao cạo râu

tıraş köpüğü

kem cạo râu

tıraş losyonu

nước thơm dùng sau khi
cạo râu

tarak

cái lược

fırça

bàn chải

saç kurutma makinesi

máy xấy tóc

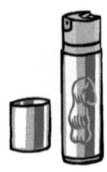

saç spreyi

keo xịt tóc

makyaj

đồ trang điểm

ruj

thỏi son môi

tırnak cilası

sơn bôi móng

pamuk

bông

tırnak makası

kéo cắt móng

parfüm

nước hoa

makyaj çantası

túi đựng đồ tắm

tabure

ghế đẩu

tartı

cái cân

bornoz

áo choàng tắm

lastik eldiven

găng tay làm vệ sinh

tampon

nút gạc

kadın pedi

băng vệ sinh

kimyevi tuvalet

nhà vệ sinh hóa chất

çocuk odası
phòng trẻ em

çalar saat
đồng hồ báo thức
peluş oyuncak
thú bông
oyuncak araba
xe đồ chơi
çıngırak
cái lúc lắc
bebek evi
nhà búp bê
hediye
món quà

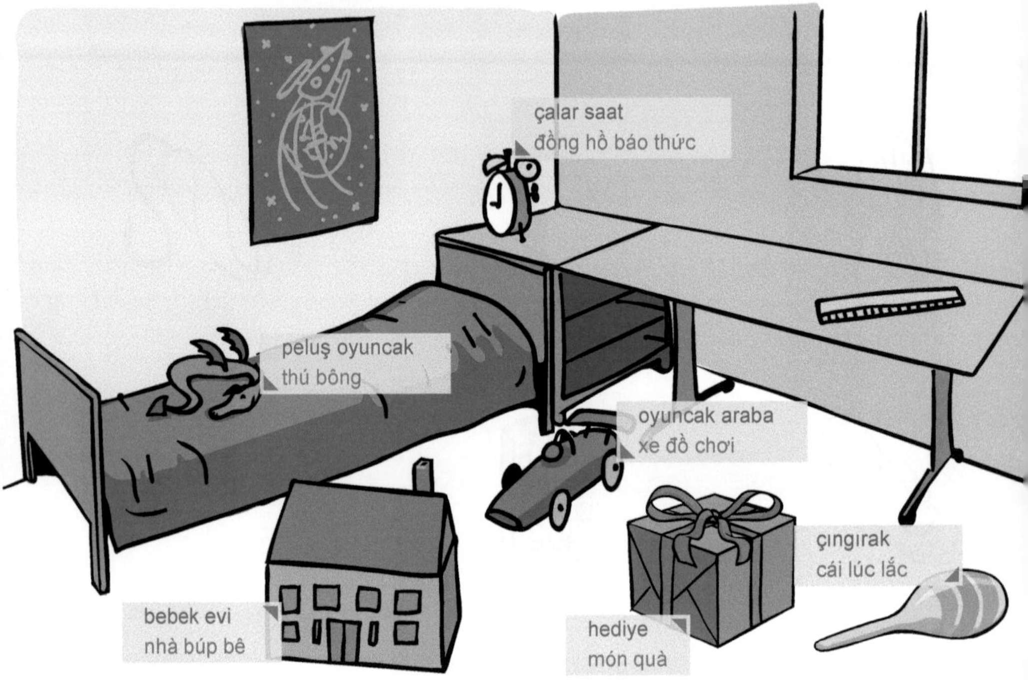

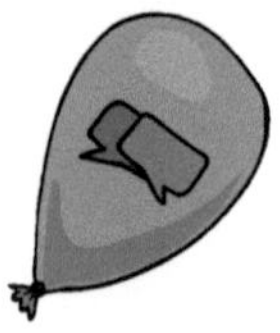

balon

bong bóng

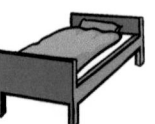

yatak

giường

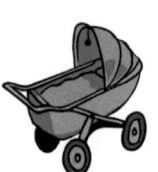

bebek arabası

xe nôi

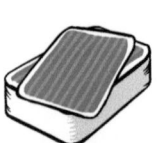

kart destesi

trò chơi bài

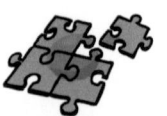

yapboz

trò chơi ghép hình

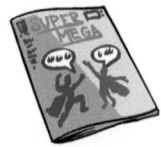

çizgi roman

truyện tranh

lego tuğlaları

gạch Lego

lego blokları

khối xếp hình

aksiyon figürü

nhân vật hành động

zıbın

áo liền quần cho trẻ sơ sinh

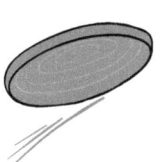

frizbi

đĩa nhựa để ném

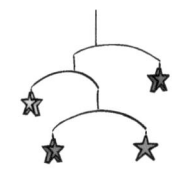

dönence

đồ chơi treo trên giường

masa oyunu

trò chơi cờ bàn

zar

xúc xắc

model tren seti

đồ chơi xe lửa mô hình

emzik

ti giả

parti

buổi tiệc

resimli kitap

sách tranh

top

quả bóng

oyuncak bebek

búp bê

oynamak

chơi

kum havuzu

hố cát

salıncak

cái đu

oyuncaklar

đồ chơi

video oyun konsolu

máy chơi game cầm tay

üç tekerlekli bisiklet

xe ba bánh

oyuncak ayı

gấu bông

gardırop

tủ quần áo

kıyafet

y phục

çorap

bít tất

külotlu çorap

bít tất dài

tayt

quần tất

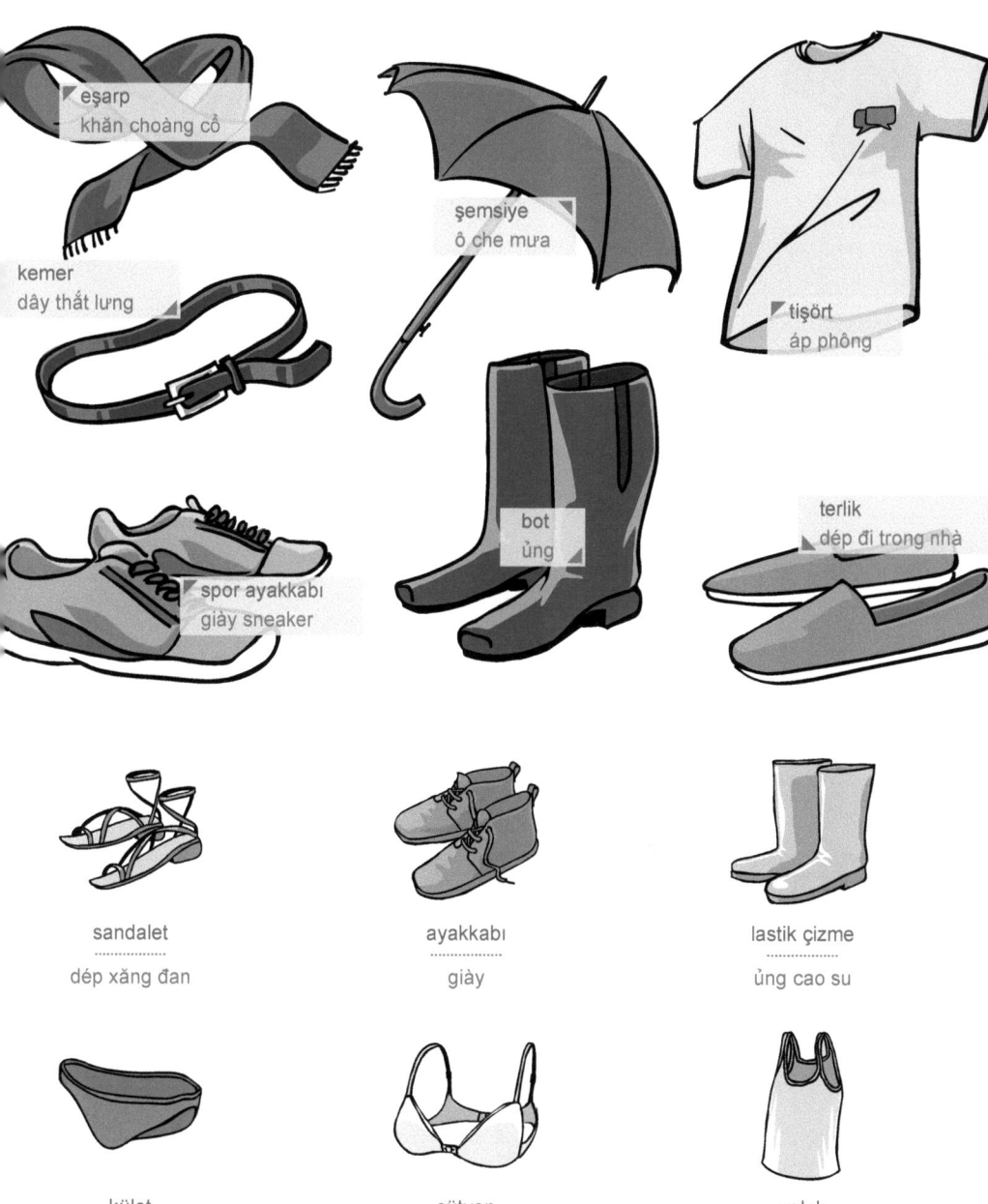

eşarp
khăn choàng cổ

şemsiye
ô che mưa

tişört
áp phông

kemer
dây thắt lưng

bot
ủng

terlik
dép đi trong nhà

spor ayakkabı
giày sneaker

sandalet
dép xăng đan

ayakkabı
giày

lastik çizme
ủng cao su

külot
quần lót

sütyen
áo ngực

yelek
áo vest

dar bluz

áo ôm sát cơ thể

pantolon

quần dài

kot pantolon

quần bò

etek

váy

bluz

áo cánh

gömlek

áo sơ mi

kazak

áo len chui đầu

süveter

áo len

blazer

áo blazer

ceket

áo jacket

mont

áo khoác

yağmurluk

áo mưa

kostüm

trang phục

elbise

áo váy

gelinlik

áo cưới

takım elbise

bộ com lê

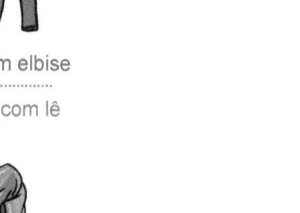

gecelik

áo ngủ

pijama

pijama

sari

trang phục sari

baş örtüsü

khăn trùm đầu

türban

khăn đội đầu

burka

áo burka

kaftan

áo captan

çarşaf

áo aba

mayo

quần áo bơi

erkek mayosu

quần bơi

şort

quần đùi

eşofman

quần áo tracksuit

önlük

tạp dề

eldiven

găng tay

düğme

cái cúc

gözlük

kính mắt

bilezik

vòng đeo tay

kolye

vòng cổ

yüzük

nhẫn

küpe

hoa tai

kep

mũ lưỡi trai

portmanto

cái mắc treo áo quần

şapka

mũ

kravat

cà vạt

fermuar

dây kéo phéc mơ tuya

kask

mũ bảo hiểm

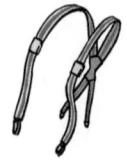

pantolon askısı

dây đeo quần

okul forması

đồng phục học sinh

üniforma

đồng phục

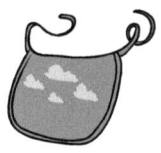

mama önlüğü

yếm trẻ em

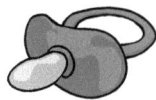

emzik

ti giả

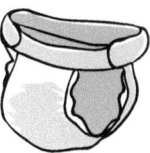

bebek bezi

tã lót

ofis

văn phòng

sunucu
máy chủ
dosya dolabı
tủ hồ sơ
yazıcı
máy in
kağıt
giấy
monitör
màn hình
fare
chuột máy tính
masa
bàn làm việc
klasör
thư mục
klavye
bàn phím
kağıt çöp kutusu
thùng rác giấy
bilgisayar
máy tính
sandalye
ghế

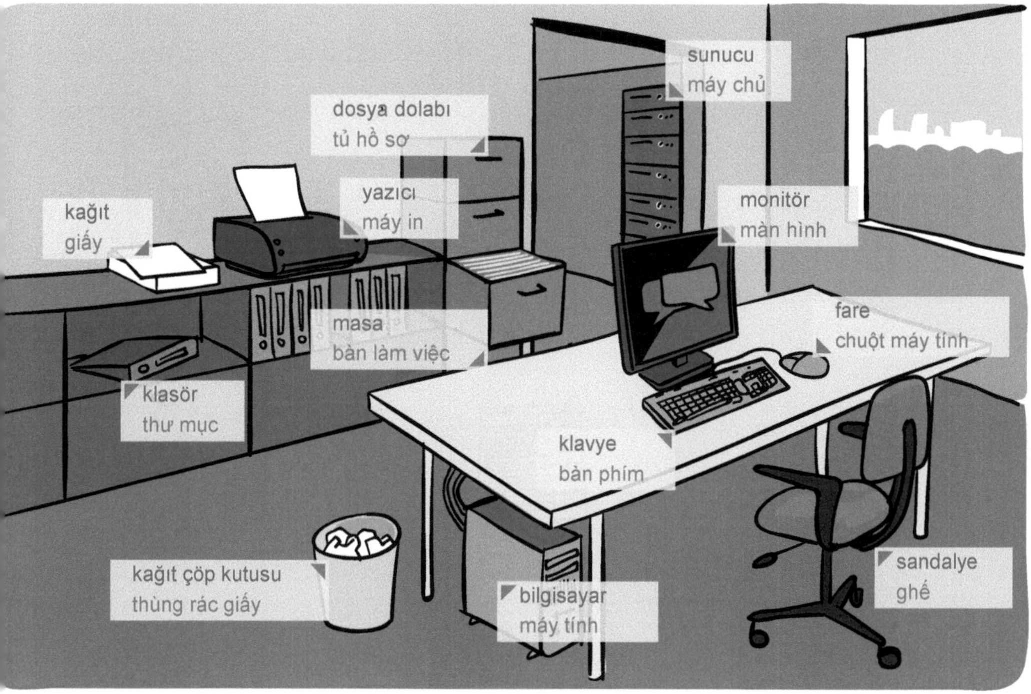

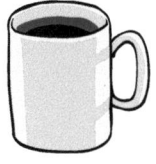

kahve fincanı

cốc cà phê

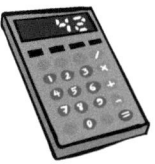

hesap makinesi

máy tính bỏ túi

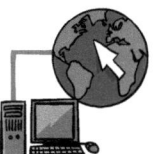

internet

internet

dizüstü

laptop

mektup

thư

mesaj

tin nhắn

cep telefonu

điện thoại di động

ağ

mạng

fotokopi makinesi

máy photocopy

yazılım

phần mềm

telefon

điện thoại

priz

ổ cắm điện

faks makinesi

máy fax

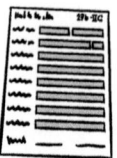

form

mẫu đơn

belge

chứng từ

satın almak

mua

ödemek

trả tiền

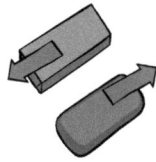

ticaret yapmak

buôn bán

para

tiền

dolar

đô la

avro

Euro

yen

yên

ruble

rúp

İsviçre frangı

franc Thụy Sĩ

Çin yuanı

nhân dân tệ

rupi

rupi

kasa

máy rút tiền tự động

döviz bürosu

quầy đổi tiền

altın

vàng

gümüş

bạc

petrol

dầu

enerji

năng lượng

fiyat

giá tiền

kontrat

hợp đồng

vergi

thuế

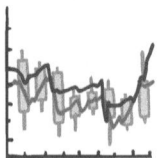

menkul değer

cổ phiếu

çalışmak

làm việc

işveren

nhân viên

işçi

chủ lao động

fabrika

nhà máy

mağaza

cửa hiệu

meslekler
nghề nghiệp

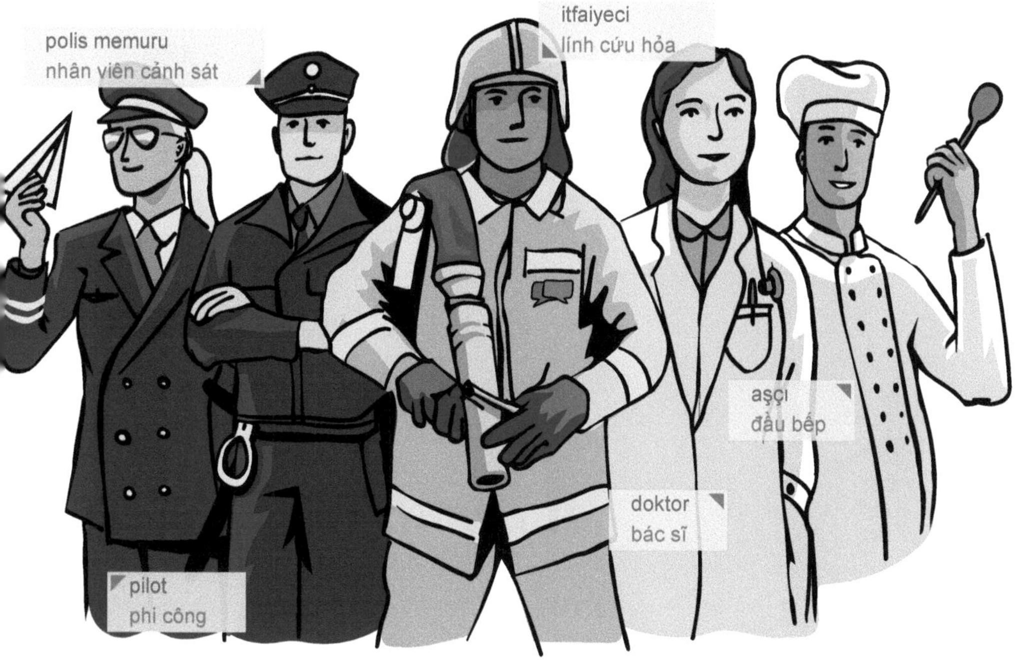

polis memuru
nhân viên cảnh sát
itfaiyeci
lính cứu hỏa
aşçı
đầu bếp
doktor
bác sĩ
pilot
phi công

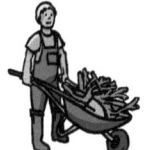

bahçıvan

người làm vườn

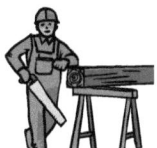

marangoz

thợ mộc

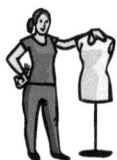

terzi

thợ may

hakim

chánh án

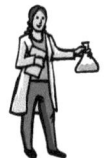

kimyager

nhà hóa học

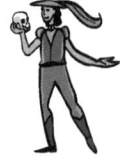

aktör

diễn viên

otobüs şoförü

tài xế xe buýt

taksi şoförü

người lái taxi

balıkçı

ngư dân

temizlikçi

người lau dọn vệ sinh

çatı ustası

thợ lợp mái nhà

garson

bồi bàn

avcı

thợ săn

boyacı

họa sĩ

fırıncı

thợ làm bánh

elektrikçi

thợ điện

inşaatçı

thợ xây dựng

mühendis

kỹ sư

kasap

người hàng thịt

muslukçu

thợ sửa ống nước

postacı

người đưa thư

asker

người lính

mimar

kiến trúc sư

kasiyer

nhân viên thu ngân

çiçekçi

người bán hoa

kuaför

thợ cắt tóc

kondüktör

nhân viên soát vé

tamirci

thợ cơ khí

kaptan

thuyền trưởng

dişçi

nha sĩ

bilim insanı

nhà khoa học

haham

giáo sĩ Do thái

imam

lãnh tụ Hồi giáo

keşiş

nhà sư

rahip

mục sư

aletler
dụng cụ

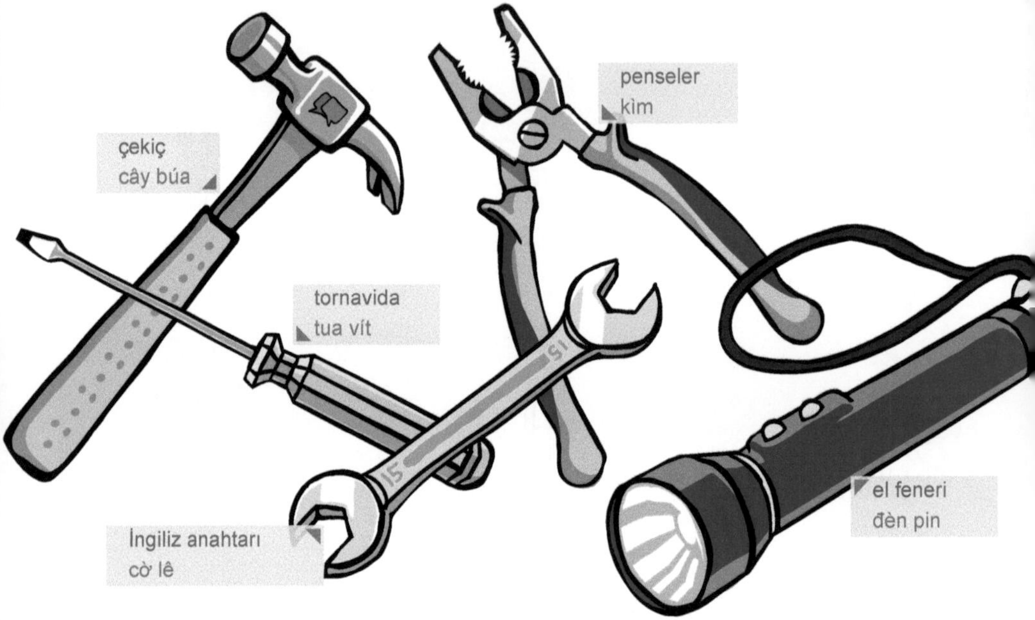

çekiç
cây búa
penseler
kìm
tornavida
tua vít
İngiliz anahtarı
cờ lê
el feneri
đèn pin

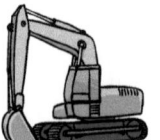

kazı makinesi

máy xúc đất

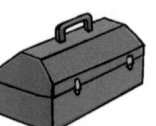

alet çantası

hộp dụng cụ

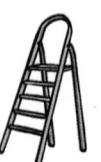

merdiven

cái thang

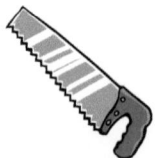

testere

cưa

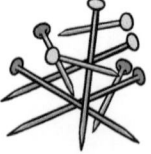

çiviler

đinh

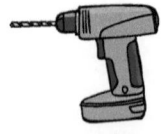

matkap

máy khoan

tamir etmek
....
sửa chữa

kürek
....
cái xẻng

Kahretsin!
....
khốn nạn!

faraş
....
cái hót rác

boya tenekesi
....
thùng sơn

vidalar
....
vít

müzik enstrümanı
nhạc cụ

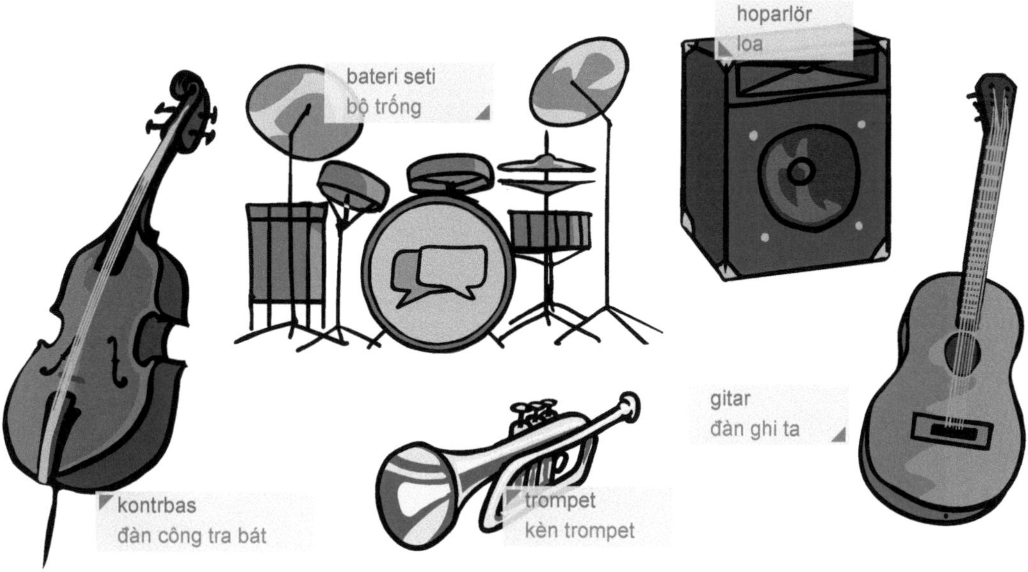

hoparlör
loa

bateri seti
bộ trống

gitar
đàn ghi ta

kontrbas
đàn công tra bát

trompet
kèn trompet

piyano

đàn piano

keman

đàn vĩ cầm

basgitar

ghi ta bass

timpani

trống định âm

bateri

trống

klavye

đàn organ

saksafon

kèn Saxophone

flüt

sáo

mikrofon

micro

hayvanat bahçesi

vườn bách thú

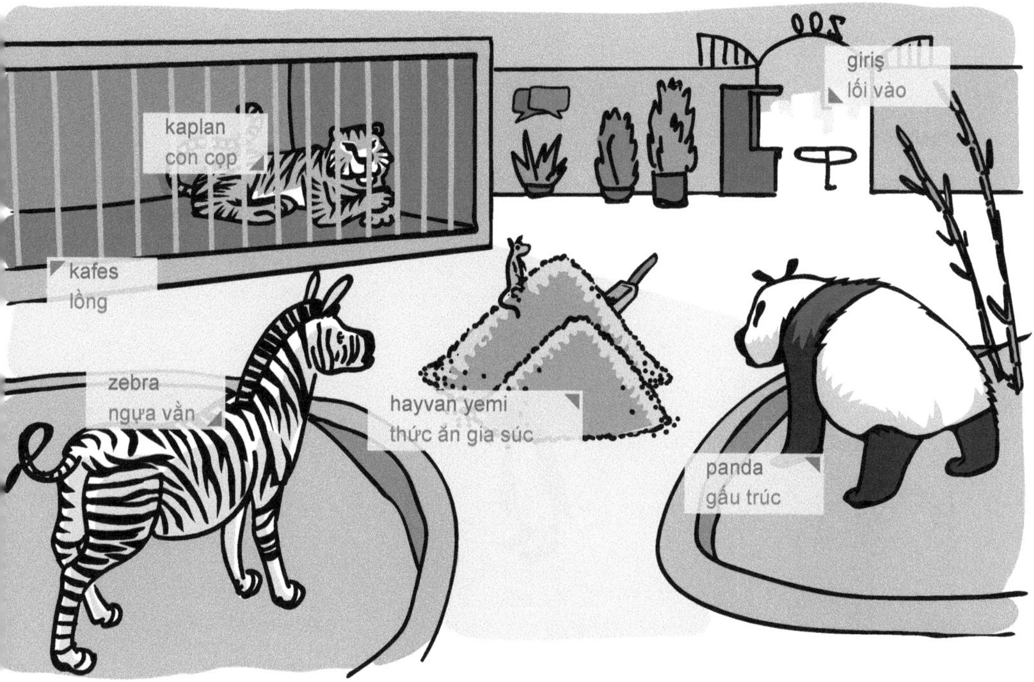

giriş
lối vào
kaplan
con cọp
kafes
lồng
zebra
ngựa vằn
hayvan yemi
thức ăn gia súc
panda
gấu trúc

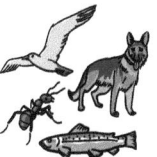

hayvanlar
động vật

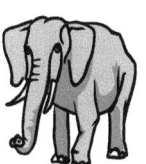

fil
con voi

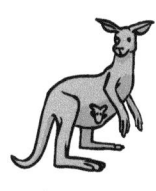

kanguru
chuột túi

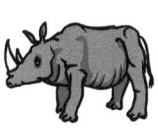

gergedan
tê giác

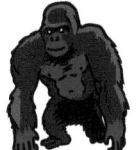

goril
khỉ đột

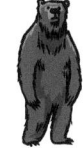

ayı
con gấu

deve

lạc đà

deve kuşu

đà điểu

aslan

sư tử

maymun

con khỉ

flamingo

hồng hạc

papağan

con vẹt

kutup ayısı

gấu bắc cực

penguen

chim cánh cụt

köpek balığı

cá mập

tavus kuşu

con công

yılan

con rắn

timsah

cá sấu

hayvanat bahçesi görevlisi

người trông giữ vườn bách thú

fok

hải cẩu

jaguar

báo đốm

midilli atı

ngựa lùn

leopar

con báo

su aygırı

hà mã

zürafa

hươu cao cổ

kartal

đại bàng

yaban domuzu

heo rừng

balık

cá

kaplumbağa

con rùa

mors

hải mã

tilki

con cáo

ceylan

linh dương

amerikan futbolu
bóng bầu dục Mỹ

bisiklete binme
đua xe đạp

tenis
quần vợt

basketbol
bóng rổ

yüzme
bơi

boks
đấm bốc

buz hokeyi
khúc côn cầu trên băng

futbol
bóng đá

badminton
cầu lông

atletizm
điền kinh

hentbol
bóng ném

kayak
trượt tuyết

polo
polo

etkinlikler
các hoạt động

gülmek
cười
atlamak
nhảy
sarılmak
ôm
yürümek
đi bộ
söylemek
ca hát
hayal etmek
mơ
dua etmek
cầu nguyện
öpmek
hôn

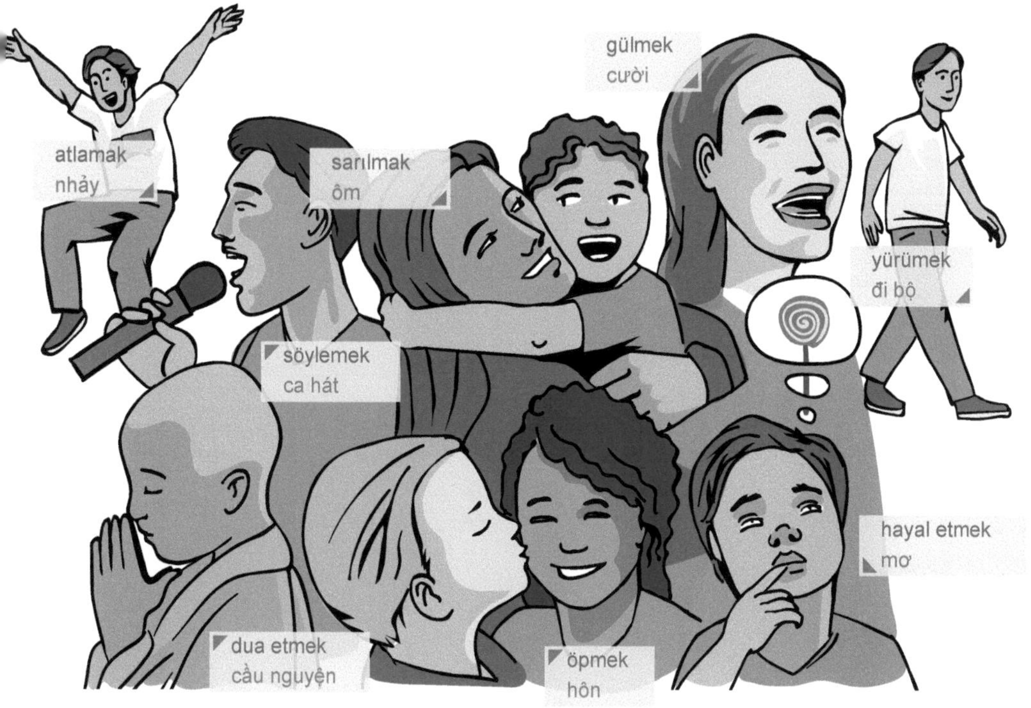

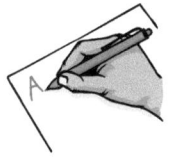

yazmak

viết

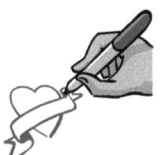

çizmek

vẽ

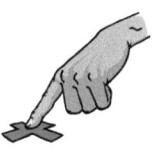

göstermek

chỉ trỏ

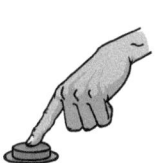

itmek

đẩy

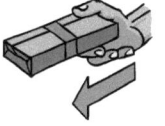

vermek

cho

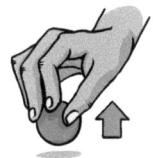

almak

lấy đi

sahip olmak

có

yapmak

làm

olmak

thì / là

ayakta durmak

đứng

koşmak

chạy

çekmek

kéo

atmak

ném

düşmek

rơi

yalan söylemek

nằm

beklemek

chờ đợi

taşımak

mang vác

oturmak

ngồi

giyinmek

mặc quần áo

uyumak

ngủ

uyanmak

thức dậy

bakmak
xem

ağlamak
khóc

vurmak
vuốt ve

taramak
chải

konuşmak
nói chuyện

anlamak
hiểu

sormak
câu hỏi

dinlemek
nghe

içmek
uống

yemek
ăn

düzenlemek
dọn dẹp

sevmek
yêu

pişirmek
nấu nướng

sürmek
lái xe

uçmak
bay

denize açılmak

đi thuyền buồm

hesapla

tính toán

okumak

đọc

öğrenmek

học

çalışmak

làm việc

evlenmek

cưới

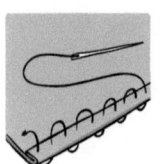

dikmek

khâu vá

diş fırçalamak

đánh răng

öldürmek

giết

sigara içmek

hút thuốc

yollamak

gửi đi

büyükanne
bà nội (ngoại)

büyükbaba
ông nội (ngoại)

baba
cha

anne
mẹ

bebek
trẻ con

kız
con gái

oğul
con trai

misafir

khách

teyze

cô (dì)

amca

chú, bác (cậu)

erkek kardeş

anh (em) trai

kız kardeş

chị (em) gái

vücut

cơ thể

alın
trán
göz
mắt
omuz
vai
parmak
ngón tay
yüz
mặt
çene
cằm
el
bàn tay
bacak
chân
göğüs
ngực
kol
cánh tay

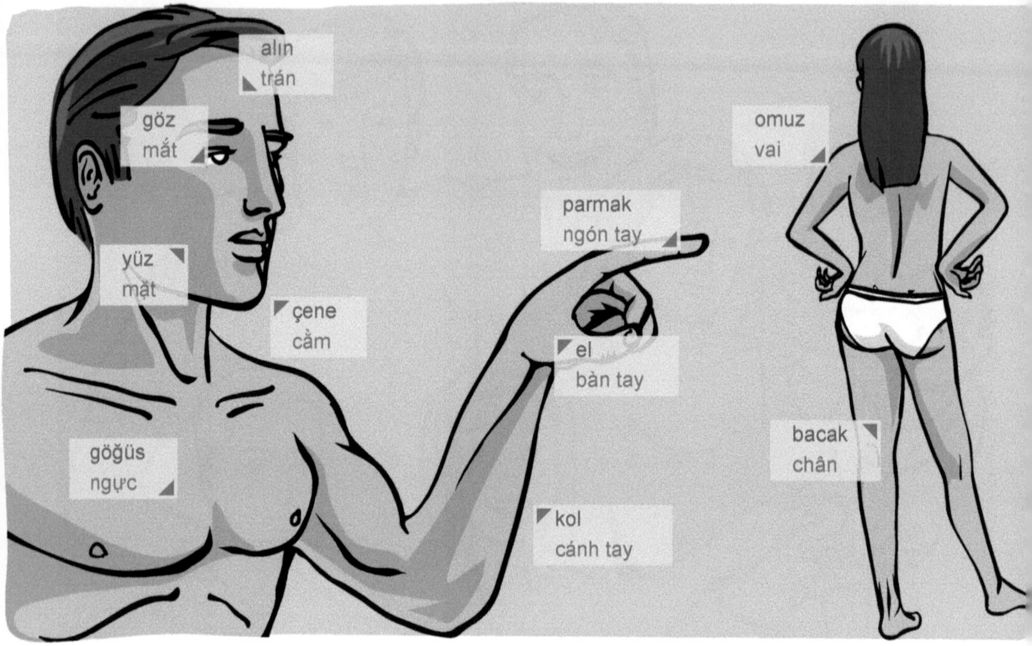

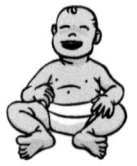

bebek
trẻ con

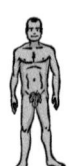

adam
đàn ông

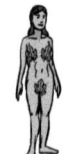

kadın
phụ nữ

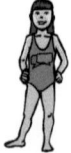

kız
bé gái

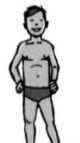

erkek çocuk
bé trai

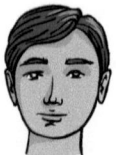

baş
đầu

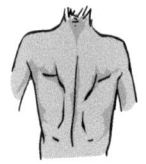

sırt

lưng

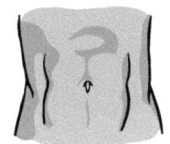

karın

bụng

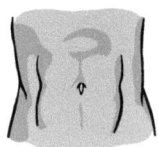

göbek

rốn

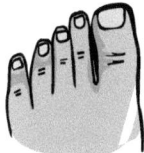

ayak parmağı

ngón chân

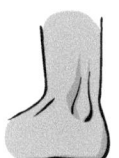

topuk

gót chân

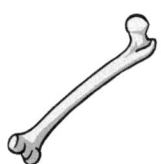

kemik

xương

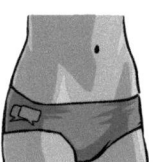

kalça

hông

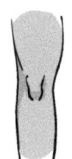

diz

đầu gối

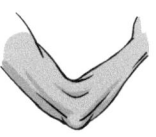

dirsek

khuỷu tay

burun

mũi

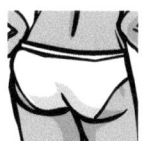

kalça

mông

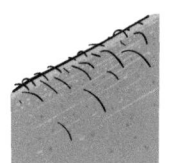

deri

da

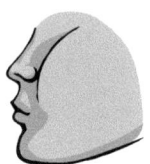

yanak

má

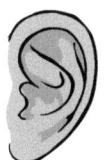

kulak

tai

dudak

môi

vücut - cơ thể

ağız
....
miệng

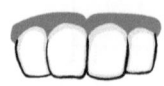

diş
....
răng

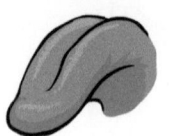

dil
....
lưỡi

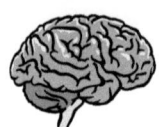

beyin
....
não

kalp
....
tim

kas
....
cơ bắp

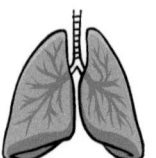

akciğer
....
phổi

karaciğer
....
gan

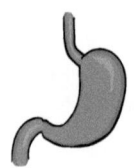

mide
....
dạ dày

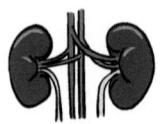

böbrekler
....
thận

seks
....
giao hợp

prezervatif
....
bao cao su

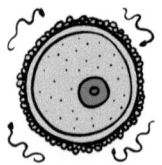

yumurtalık
....
noãn

sperm
....
tinh dịch

hamilelik
....
mang thai

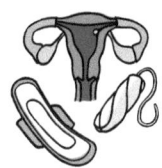

regl
....
kinh nguyệt

vajina
....
âm vật

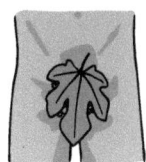

penis
....
dương vật

kaş
....
lông mày

saç
....
tóc

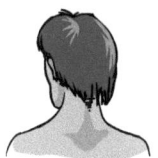

boyun
....
cổ

hastane
bệnh viện

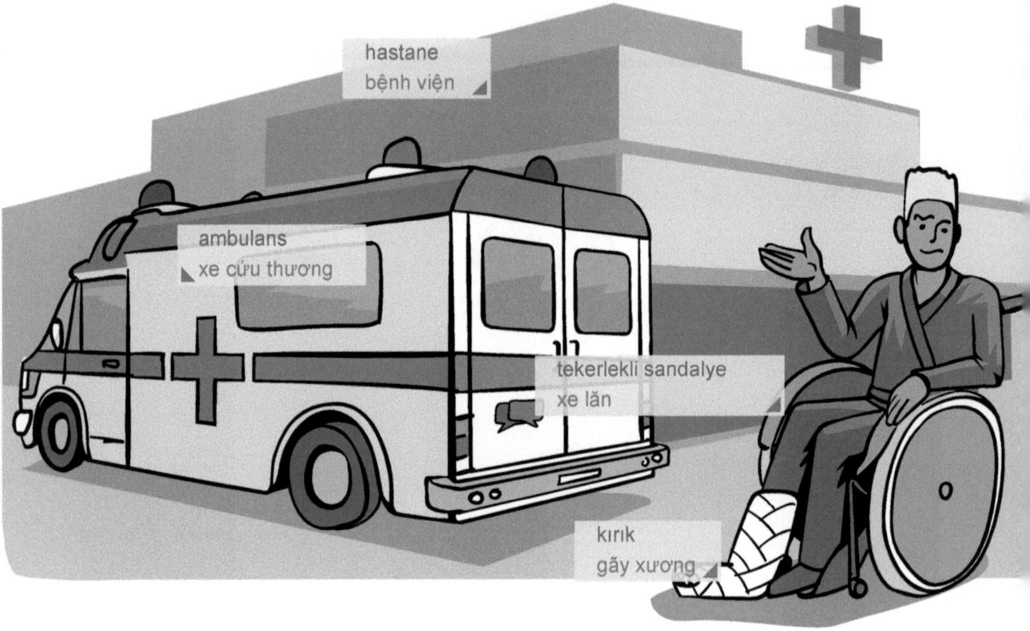

hastane
bệnh viện
ambulans
xe cứu thương
tekerlekli sandalye
xe lăn
kırık
gãy xương

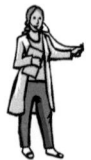

doktor

bác sĩ

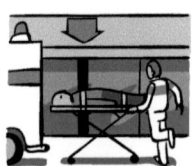

acil servis

phòng cấp cứu

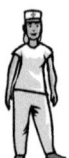

hemşire

y tá

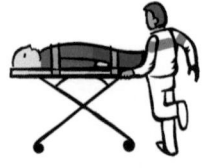

acil

cấp cứu

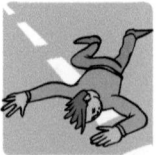

baygın

bất tỉnh

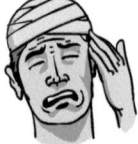

acı

cơn đau

yaralanma

bị thương

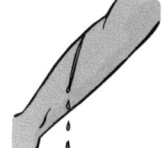

kanama

chảy máu

kalp krizi

nhồi máu cơ tim

felç

đột quỵ

alerji

dị ứng

öksürük

ho

ateş

sốt

grip

cúm

ishal

tiêu chảy

baş ağrısı

đau đầu

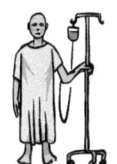

kanser

ung thư

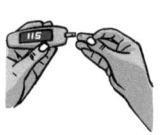

şeker hastalığı

bệnh tiểu đường

cerrah

bác sĩ phẫu thuật

neşter

dao mổ

operasyon

giải phẫu

bilgisayarlı tomografi

chụp cắt lớp

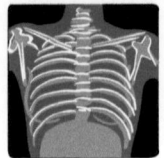

röntgen

chụp x-quang

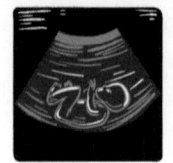

ultrason

siêu âm

yüz maskesi

mặt nạ

hastalık

bệnh

bekleme odası

phòng đợi

koltuk değneği

cái nạng

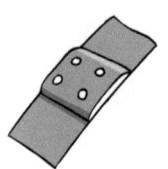

yara bandı

băng dán vết thương

bandaj

băng bó

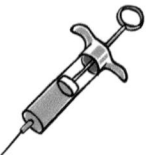

enjeksiyon

tiêm thuốc

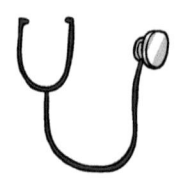

steteskop

ống nghe khám bệnh

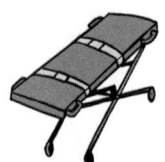

sedye

băng ca

tıbbi termometre

nhiệt kế

doğum

sinh đẻ

fazla kilo

thừa cân

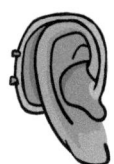

işitme cihazı

máy trợ thính

dezenfektan

chất khử trùng

enfeksiyon

nhiễm trùng

virüs

vi rút

HIV / AIDS

HIV / AIDS

ilaç

thuốc

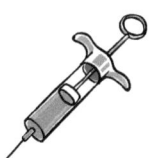

aşı

tiêm chủng

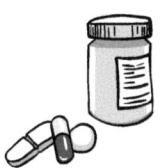

tablet

thuốc viên

hap

viên thuốc

acil çağrı

gọi cấp cứu

tansiyon aleti

máy đo huyết áp

hasta / sağlıklı

bệnh / khỏe mạnh

İmdat!

cứu!

alarm

báo động

darp

cuộc đột kích

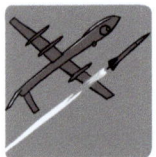

saldırı

sự tấn công

tehlike

mối nguy hiểm

acil çıkış

lối thoát hiểm

Yangın!

cháy!

yangın tüpü

bình chữa cháy

kaza

tai nạn

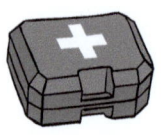

ilk yardım çantası

bộ dụng cụ sơ cứu

imdat

SOS

polis

cảnh sát

Avrupa

châu Âu

Kuzey Amerika

Bắc Mỹ

Güney amerika

Nam Mỹ

Afrika

châu Phi

Asya

châu Á

Avustralya

châu Úc

Atlantik

Đại Tây Dương

Pasifik

Thái Bình Dương

Hint Okyanusu

Ấn Độ Dương

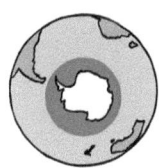

Antarktika Okyanusu

Nam Cực Dương

Arktik Okyanusu

Bắc Băng Dương

Kuzey Kutbu

bắc cực

Güney Kutbu

nam cực

Antarktika

nam cực

dünya

trái đất

kara

đất liền

deniz

biển

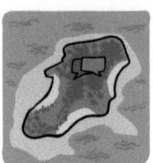

ada

đảo

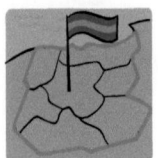

ulus

quốc gia

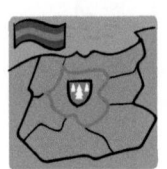

ülke

nhà nước

kadran

mặt đồng hồ

akrep

kim chỉ giờ

yelkovan

kim chỉ phút

saniye ibresi

kim chỉ giây

Saat kaç?

Bây giờ là mấy giờ?

gün

ngày

zaman

thời gian

şimdi

bây giờ

dijital saat

đồng hồ điện tử

dakika

phút

saat

giờ

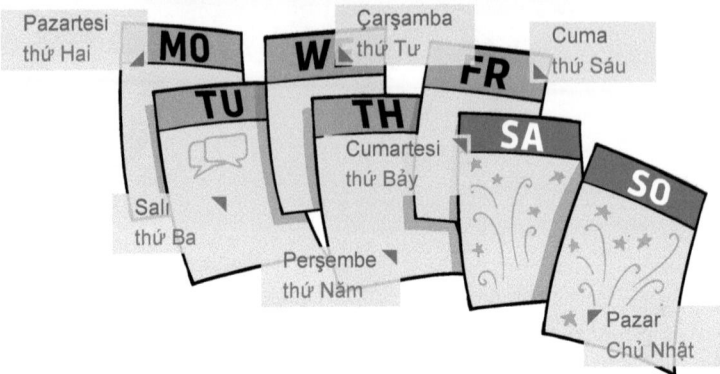

Pazartesi
thứ Hai

Çarşamba
thứ Tư

Cuma
thứ Sáu

Salı
thứ Ba

Cumartesi
thứ Bảy

Perşembe
thứ Năm

Pazar
Chủ Nhật

dün

hôm qua

bugün

hôm nay

yarın

ngày mai

sabah

buổi sáng

öğle

buổi trưa

akşam

buổi tối

iş günleri

ngày làm việc

hafta sonu

cuối tuần

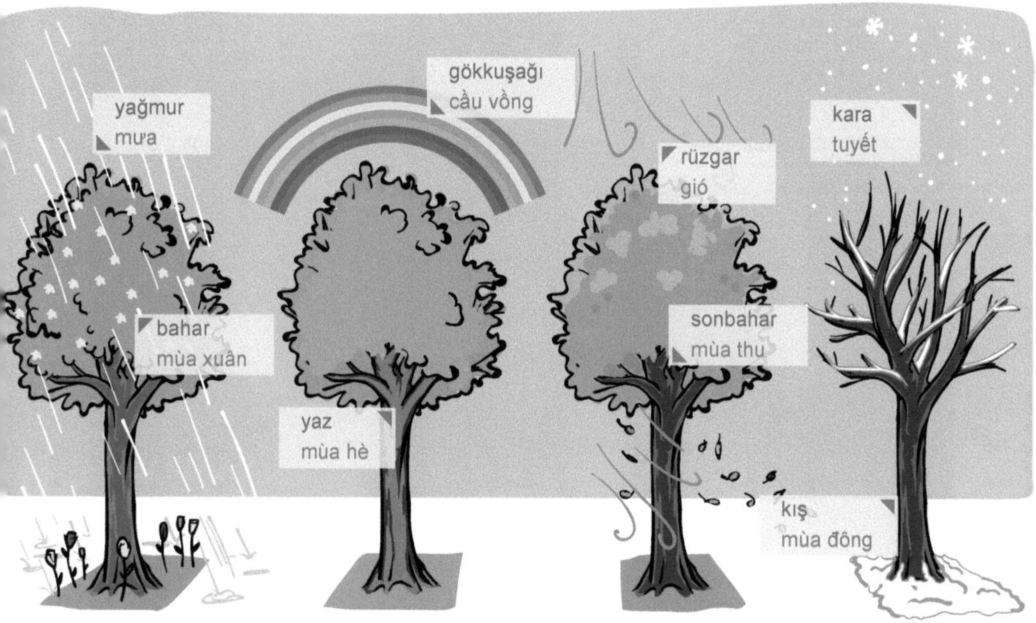

gökkuşağı
cầu vồng
yağmur
mưa
kara
tuyết
rüzgar
gió
bahar
mùa xuân
sonbahar
mùa thu
yaz
mùa hè
kış
mùa đông

4.APRIL 11°
5.APRIL 4°
6.APRIL 13°
7.APRIL 8°
8.APRIL 10°

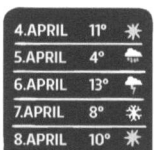

hava durumu tahmini

dự báo thời tiết

F C
120 40
90 30
60 20
30 10
0 0
-30 -10
-20

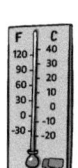

termometre

nhiệt kế

güneş ışığı

ánh nắng

bulut

mây

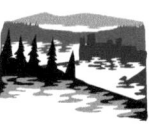

sis

sương mù

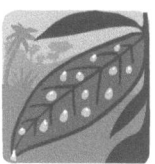

nem

độ ẩm không khí

şimşek

tia chớp

gök gürültüsü

sấm sét

fırtına

cơn bão

dolu

mưa đá

muson

gió mùa

sel

lũ lụt

buz

nước đá

Ocak

tháng Một

Şubat

tháng Hai

Mart

tháng Ba

Nisan

tháng Tư

Mayıs

tháng Năm

Haziran

tháng Sáu

Temmuz

tháng Bảy

Ağustos

tháng Tám

yıl - năm

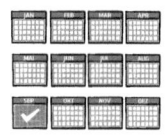

Eylül
....
tháng Chín

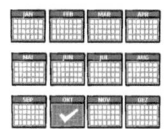

Ekim
....
tháng Mười

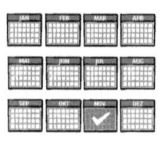

Kasım
....
tháng Mười Một

Aralık
....
tháng Mười Hai

şekiller
hình dạng

daire
....
hình tròn

kare
....
hình vuông

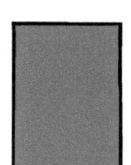

dikdörtgen
....
hình chữ nhật

üçgen
....
hình tam giác

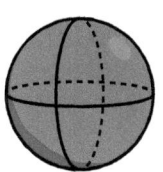

küre
....
hình cầu

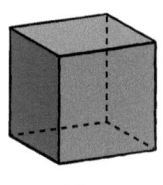

küp
....
khối vuông

beyaz

màu trắng

sarı

màu vàng

turuncu

màu cam

pembe

màu hồng

kırmızı

màu đỏ

mor

màu tím

mavi

màu xanh dương

yeşil

màu xanh lá cây

kahverengi

màu nâu

gri

màu xám

siyah

màu đen

çok / az

nhiều / ít

kızgın / sakin

tức tối / điềm tĩnh

güzel / çirkin

xinh đẹp / xấu xí

başlangıç / son

bắt đầu / kết thúc

büyük / küçük

to / nhỏ

parlak / karanlık

sáng / tối

erkek kardeş / kız kardeş

anh (em) trai / chị (em) gái

temiz / kirli

sạch / bẩn

tamam / eksik

đủ / thiếu

gün / gece

ngày / đêm

ölü / canlı

chết / sống

geniş / dar

rộng / chật hẹp

yenilebilir / yenilemez

ăn được / không ăn được

kötü / iyi

ác / tử tế

heyecanlı / sıkılmış

hào hứng / chán nản

şişman / zayıf

béo / gầy

ilk / son

đầu tiên / cuối cùng

dost / düşman

bạn / thù

dolu / boş

đầy / rỗng

sert / yumuşak

cứng / mềm

ağır / hafif

nặng / nhẹ

açlık / susuzluk

đói / khát

hasta / sağlıklı

bệnh / khỏe mạnh

yasa dışı / yasal

bất hợp pháp / hợp pháp

zeki / aptal

thông minh / ngu

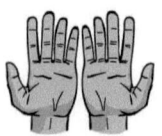

sol / sağ

trái / phải

yakın / uzak

gần / xa

yeni / kullanılmış
mới / cũ

hiçbir şey / bir şey
không có gì cả / có cái gì đó

yaşlı / genç
già / trẻ

açma / kapama
bật / tắc

açık / kapalı
mở / đóng

sessiz / gürültülü
im lặng / ồn ào

zengin / fakir
giàu / nghèo

doğru / yanlış
đúng / sai

pürüzlü / düz
sần sùi / mịn màng

üzgün / mutlu
buồn / vui

kısa / uzun
ngắn / dài

yavaş / hızlı
chậm / nhanh

ıslak / kuru
ẩm ướt / khô ráo

sıcak / serin
ấm áp / mát mẻ

savaş / barış
chiến tranh / hòa bình

0

sıfır

số không

1

bir

một

2

iki

hai

3

üç

ba

4

dört

bốn

5

beş

năm

6

altı

sáu

7

yedi

bảy

8

sekiz

tám

9

dokuz

chín

10

on

mười

11

on bir

mười một

12

on iki

mười hai

13

on üç

mười ba

14

on dört

mười bốn

15

on beş

mười lăm

16

on altı

mười sáu

17

on yedi

mười bảy

18

on sekiz

mười tám

19

on dokuz

mười chín

20

yirmi

hai mươi

100

yüz

một trăm

1.000

bin

một ngàn

1.000.000

milyon

một triệu

İngilizce

tiếng Anh

Amerikan İngilizcesi

tiếng Anh Mỹ

Çince (Mandarin)

tiếng Quan Thoại

Hintçe

tiếng Hin-di

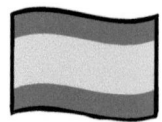

İspanyolca

tiếng Tây Ban Nha

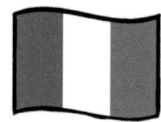

Fransızca

tiếng Pháp

Arapça

tiếng Ả-rập

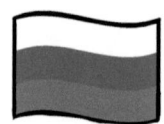

Rusça

tiếng Nga

Portekizce

tiếng Bồ Đào Nha

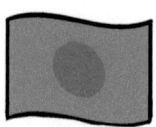

Bengalce

tiếng Bengal

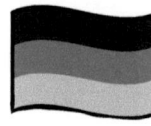

Almanca

tiếng Đức

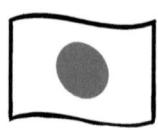

Japonca

tiếng Nhật

ben

tôi

sen

bạn

o

anh ta / cô ta / nó

biz

chúng tôi

siz

các bạn

onlar

họ

kim?

ai?

ne?

cái gì?

nasıl?

như thế nào?

nerede?

ở đâu?

ne zaman?

lúc nào?

isim

tên

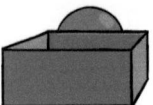

arkasında

phía sau

içinde

ở trong

önünde

phía trước

üzerinde

phía trên

üstünde

ở trên

altında

ở dưới

yanında

bên cạnh

arasında

ở giữa

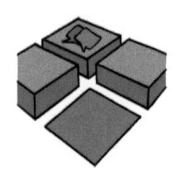

yer

chỗ